தமிழ் நாட்டுச் செல்வம்

AF867261

திரு. வி. கலியாணசுந்தரனார்

Title: Tamilnattu Selvam

Author: Thiru. V. Kalyanasundaram

Language: Tamil

First Published on: 1924

Year of Publication: 2025

Book Format: Paperback

*Page Size: 6inch * 9inch*

Category: Religious

Subject: Religious Essays

No. of pages: 26

ISBN: 978-81-689661-3-0

Published by: Nilan Publishers, Madurai, Tamilnadu, India

பொருளடக்கம்

பதிப்புரை

காரைக்குடி ஹிந்து மதாபிமான சங்கத்தின் ஆறாம் ஆண்டு விழாவில், சென்னை 'நவசக்தி ரியர் ஸ்ரீமாந் திரு.வி.கலியாணசுந்தர முதலியாரவர்கள் தலைமை வகித்து முன்னுரையாகத் தமிழ் நாட்டைப் பற்றிப்பேசிய செம்பொருள்கள் 'குமரன்' பத்திரிகை வாயிலாக வெளி வந்தன. அவைகளைத் திரட்டி முதலியார் அவர்கள் வாயிலாகவே ஒழுங்குபடுத்தி இந்நூல் வடிவாக வெளியிடலானோம்.

ஹிந்து மதாபிமான சங்கத்தார்,

ஓம்.

தமிழ் நாட்டுச் செல்வம்

தோற்றுவாய்

உங்கள் சங்கத்தின் ஆறாம் ஆண்டு விழாவிற்கு என்னைத் தலைமை வகிக்குமாறு விரும்பி அழைத்ததற்குப் பெரிதும் நன்றியறிதலுடையேன். இரண்டாம் ஆண்டு விழாவிற்கு ஈண்டுப்போந்து தலைமை வகித்துப் பேசிய போது எனக்கிருந்த உடல் உரம் இப்பொழுது இல்லாமை குறித்து வருந்துகிறேன். எனது உடல் நிலைகருதி மறுத்து விடலாமா என்றும் எண்ணினேன். ஆனால் எனது வருகையால் சிறிது நலம் விளையும் என்று ஈண்டுள்ள அன்பர்கள் எழு திய கடிதங்களைக்கண்டு இத்தொண்டை இயன்ற வரை புரிய ஒருப்பட்டேன். நீங்கள் எதிர் பார்த்த வண்ணம் என்னால் பேச இயலாமையை உ உங்களுக்கு கு முதலில் அறிவித்துக் கொள்ளுகிறேன். ஆதலால் என்பால் நிகழும் குற்றங் குறைகளை மன்னிக்குமாறு வேண்டுகிறேன்.

தமிழ் நாடு

அன்பர்களே ! உலகிலுள்ள பன்னாடுகள் நன்னிலை உற்றுவரும் இந்நாளில், நந்நாடு எந்நிலையிலிரு க்கிறது என்பது கவனிக்கப்படல் வேண் டும். நேற்றுத் தோன்றிய நாடுகளெல்லாம் உயரிய நிலை எய்தியிருக்கின்றன. பல்லாயிரம் ஆண்டுகளு க்கு முன்னர் வளம் பெற்றிருந்த

நந்தமிழ் நாட்டின் தற்கால நிலையை என்னென்று கூறுவது? நந்தமிழ் நாட்டின் தொன்மையை உன்னுந்தோறும் உன்னுந் தோறும் கண்ணீர் பெருகுகிறது. தமிழ் மக்களாகிய நாம் இற்றைக்குச் சுமார் 7000 ஆண்டுகட்கு முன்னரே உயரிய நாகரிக நிலை பெற்றிருந்தோம். நாம் வாழ்ந்த நிலப்பரப்பு பண்டைநாளில் குமரிநாடு என் னும் பெயர் பெற்றிருந்ததென்றும், அந்நிலப் புரப்பு பின்னை நாளில் நீரால் விழுங்கப் பெற்றதென்றும், நாம் அக்காரணத்தால் வடக்கு நோக்கி வந்தோமென்றும் சில ஆராய்ச்சிக்காரர்கள் கூறுகிறார்கள். இப்பொ ழுது இந்து மகாசமுத்திரம் என்று வழங்கப்படும் நீர்ப்பரப்பு நிலப்பரப்பாக விருந்தகாலத்தில் ஆண்டுக்குமரி, பஃறொளி என்னும் இரண்டாறுகள் ஓடின என்று புறநானூறு முதலிய நூல்கள் கூறுகின் றன. அவ்விரு ஆறுகளின் அழிவைச் சிலப்பதிகாரம் முதலிய நூல்கள் செப்புகின்றன. எனவே பண்டைத் தமிழ் நூல்களில் இவ்விரண்டு ஆறுகளைப் பற்றிக் கூறியிருத்தல் கவனிக்கத் தக்கது.

ஜெர்மன் தேசத்துத் தத்துவ சாஸ்திரியாராகிய அறிஞர் ஹெக்கல் என்பாரும் இந்து மகாசமுத்திரம் நிலப்பரப்பாக இருந்த காலத்தில் அங்கே மனிதன் முதன் முதல் படைக்கப்பட்டான் என்று ஊகித்து அரைத்துள்ளார். லெமோரியா என்பதும் அந்நிலப் பரப்பே. விவலய வேதத்தை ஆராயுமிடத்து நோவா பிரளயம் என்றொரு பிரளயம் நிகழ்ந்ததைக் கா ணலாம். அப்பிரளயம் குமரி நாட்டை விழுங்கியிருக்கலாமென்று சிலர் ஊகிக்கின்றனர். குமரி நாடு நீரால் விழுங்கப்பட்டதும் ஏறக்குறைய அவ்வளவினதாக ஒரு

பெரும் நிலப்பரப்பு வட ஆப்பிரிக்காவில் தோன்றியதென்று சிலர் சொல்லுகின்றனர். ஸஹாரா வனாந்திரம் என்னும் பெயரால் அஃது இப்பொ ழுது வழங்கப்படுகிறது. இவையாவும் ஊகங்களாகும். இன்னும் ஆராய ஆராய உண்மை காணலாம். இதைப்பற்றி விரிக்கிற் பெருகும். ஆதலால் இப்பொருள் விடுத்து வேறு பொருளின் மேற் செல்கிறேன்.

தொன்மை

பழந்தமிழ் நூல்களை நோக்குழி மக்கள் வாழ்வு முதல் முதல் மலை நிலத்தில் தொடங்கப்பட்டது என்பது புலப்படும். மனிதன் வாழ்வு மலையில் தொடங்கப்பட் டிருத்தல் வேண்டு மென்று சில மேல் நாட்டு அறிஞர்களும் அபிப்பிராயப்பட் டிருக்கிறார் கள். நாம் ஆளும் எண்ணலளவை, எடுத்தலளவை முகத்தலளவை முதலிய அளவைகளின் தோற்றத்தை ஆராயின் அவையாவும் மலைபடு பொருள்களினின்றும் முதல் முதல் ஆக்கப்பட்டிருப்பதை யுணரலாம். தமிழ் மக்கள் வணங்கும் கடவுளாகிய முருகப் பெருமான் மலை நில இறைவன் என்பதைப்பற்றி விரித்துக் கூறவேண்டுவதில்லை. "சேயோன் மேய மைவரையுலகமும்" என்றார் ஆசிரியர் தொல்காப்பியனாரும். இன்னோரன்ன குறிப்புகளான் தமிழ் நா ட்டின் தொன்மை நன்கு புலனாகும். இப்பொழுது கிடைத்துள்ள சுருளி நூல்களை ஆராய்ந்து பெற்ற உண்மைகளானும் மேலே யான் கூறிய சில குறிப்பு களானும் தமிழ் நாடு இற்றைக்கு சுமார் ஏழாயிரம் ஆண்டுகட்கு முன்னரே சிறந்த நாடாக விளங்கியதென்பது பெறப்படும்.

தமிழ்நாடு தொன்மையது என்னும் ஒன்றைக் கொண்டு தமிழ் நாடு மிகச் சிறந்த நாடெனக் கூறிவிடலாமோ வெனச் சிலர் ஐயுறலாம். தமிழ் நாடு தொன்மையோடு வேறு பல நாகரிகத் துறைகளிலும் செழுமை பெற்றிருந்தமை கவனிக்கற்பாற்று.

மொழி

தமிழ் மக்கள் பேசியமொழி பெரிதும் தொன்மை யுடையதாகும். உலகிலுள்ள பல மொழிகளை ஒரு பக்கமும் நந்தமிழ் மொழியை மற்றொரு பக்கமும் கிளத்திச் சீர் தூக்கி அளந்து ஆராயின் அம் மொழிகளில் வல்லோசை பெருகியும், இம்மொழி யில் அவ்வோசை அருகியும் நிற்றலைக் காணலாம். சிறு குழந்தைகள்,"ராமா; டமருகம்" என்ற சொற்களைச் சொல்லும் போது, ஆமா என்றும், அமருகம் என்றும் சொல்லுதலைக் கேட்கிறோம். இதற்குக் காரணம் என்னை; 'ற, ர,ட' என்னும் வல்லோசையுடைய எழுத்துக்களை உச்சரிக்கப் போதிய நரம்பு உரம் பெ றாமையேயாகும். இவ்வண்ணமே மனிதன் கைக் குறி, கட்குறி முதலியவைகளால் கருத்தை அறிவித்துக் கொண்டிருந்து பின்னை, மொழியால் கருத்தைவெளியிட முயன்றபோது அன்னான் இளங் குழந்தை போலவே வல்லோசையுடைய எழுத்துக்களை உச்சரிக்க இயலா நிலையைப் பெற்றிருத்தல் வேண்டும். தமிழ் மொழியில் பெரிதும் வல்லோசைச் சொற்கள் இன்மையையும் 'டர' முதலிய வல்லோகை எழுத்துக்கள் சொல்லின் முதற்கண் வாராமையையும் உற்று நோக்கின் உண்மை விளங்கும். தமிழ்மொழியிலுள்ள வல்லெழுத்துக்கள் அம்மொழிக்கணுள்ள

மெல்லெழுத்துக்களினும் வல்லோசையுடையனவேயாகும். ஏனைய மொழிகளிலுள்ள வல்லோசை எழுத்துக்களை நோக்கத் தமிழ் மொழியின் வல்லோசை எழுத்துக்கள் மிக மென்மையுடையனவாம். தமிழ் மொழியின் மெல்லிய நடை ஒன்றே அம்மொழியின் தொன்மையை அறிவுறுத்துவதாகும்.

வாழ்வு

தொன்மையிற் சிறந்த தமிழ் மக்கள் தங்கள் வாழ்வை யிரு கூறாகப் பிரித்துக் கொண்டதையும் சிந்தித்தல் வேண்டும். நம் பண்டை மூதறிஞர்கள் வாழ்வை அகவாழ்வென்றும் புறவாழ் வென்றும் வகுத்து நாகரிகத்தை வளர்த்து வந்தது அறிஞரால் இன்றும் போற்றுந் தகையனவா யிலங்குகிறது. அகமென்பது நுண்மை ; புறமென்பது பருமை. அகத்தின் பரிணாமமே புறமாகும். அகமின்றிப் புறமில்லை. புறமின்றி அகமில்லை. அகத்தால் நுகரப்படும் இன்பத்திற்குப் புறம் இன்றியமையாதது. தொல்காப்பியத்தில் அகத்திணையும் புறத்திணையும் விரித்து ஓதப்பட்டிருத்தல் காண்க. அகப்பொருளில் ஒருவனும் ஒருத்தியும் நுகரும் இன்பத்துறை ஓதப்படுகிறது. புறப்பொ ருளில் போர்த்துறை முதலிய அரசியற் றுறைகள் ஓதப்படுகின்றன. அரசியல் ஒழுங்குபெற நடைபெ ற்றாலன்றி மக்கள் அக இன்பத்தை அன்பு வழியில் நுகர இயலாது. இக்காரணம் பற்றியே புறப்பொருட்கண் போர் முறைகளும் பிறவும் விரிவாக ஓதப்பட்டிருக்கின்றன.

அரசியல்

தமிழ் நாட்டுப் பண்டைக்கால அரசியலைச் சிறிது கவனிப்போம். பழந்தமிழ் மன்னர்கள் குடிதழீஇக் கோலோச்சி வந்த உண்மை திருக்குறள் முதலிய நன்னூல்களில் நனி விளங்குதல் காண்க. அவர்கள் ஐம்பெருங்குழு, எண்பேராயம் என்னும் இரண்டு ஆலோசனைக் கூட்டங்களின் துணை கொண்டு ஆட்சி புரிந்துவந்தார்கள். அந்நாள் ஆட்சியின் தன்மையை,

சோறு படுக்குந் தீயொடு
செஞ்ஞாயிற்றுத் தெறலல்லது
பிறிது தெற லறியார் நின்னிழல் வாழ்வோரே
திருவிலல்லது கொலைவில் லறியார்
நாஞ்சிலல்லது படையு மறியார்.

எனும் புற நானூற்றுச் செய்யுளாற் காண்க. நந்தமிழ் வேந்தர்கள் உயிர்களிடத்து இரக்கங் காட்டிக்காவல் புரிந்துவந்ததை விளக்க ஈண்டோர் உதாரணம் குறிப்பிடுகிறேன். வேள்பாரி என்பார் தேரூர்ந்து காடு சென்று திரும்பிய போது, ஒரு முல்லைக்கொடி கொழுக் கொம்பினின்றும் வழுவித் தொங்கிக் கொ ண்டிருத்தலைக் கண்டு மனம் சகியாது வருந்தித்தாம் ஊர்ந்துவந்த தேரை அக்கொடிக்கீழ் நிறுத்தி அதனை அதன் மீது படருமாறு செய்வித்து இல்லஞ் சேர்ந் தாராம். அஃறிணைப் பொருளினிடத்தும் இரக்கங் காட்டிச் செங்கோல் நடாத்திய மன்னரைக் கண்டது நந்தமிழ்நாடு. திருவாரூர் மநுநீதிச்சோழன் வரலாறு உங்கட்கு நன்கு தெரியும். அதனை

இங்கு விரித் துக்கூறிக் காலத்தைப்போக்க விரும்புகின்றேனில் லை. பிள்ளைப்பற்றை அறவே விடுத்து அப்பிள்ளையின் மருமத்தின் மீது தேரைச் செலுத்த உடன்பட்ட மன்னரையன்றோ நந்தமிழ் நாடு ஈன்றது! தமிழ் நாட்டு மன்னர்கள் அன்பை என்னென்று வரு ணிப்பது? நந்தமிழரசர்கள் மாற்றார் நாடு புகுந்து ஆண்டுள்ள அனைவரையும் கொல்ல இசையமாட்டார் கள். போர்க்கெனச் சில நாகரிக முறைகள் பண்டைக் காலத்தில் வகுக்கப்பட்டன. திடீரென மாற்றார் நாடு புகுந்து ஆண்டுள்ள அனைவரையுங் கொல்லுதல் நாகரிகமாகாது. தமிழ் நாட்டுப் போர்முறைகளை நூல்களிற் காணும்போது, என்னுள்ளம் உருகுகிறது. அந்தோ! தமிழ் நாட்டின் நாகரிகம் என் னே! என்னே!! நந்தமிழ் மன்னர்கள் மாற்றார் நாட் டிலுள்ள பசுக்களையும் அந்தணர்களையும் பெண்மக்களையும் பிணியாளர்களையும் புத்திரப் பேறில்லாதவர்களையும் அப்புறப்படுத்திப் பின்னரே யுத்தம் தொட ங்குவார்கள். இதனை,

ஆவும் ஆனியற் பார்ப்பன மாக்களும்
பெண்டிரும் பிணியுடை யீரும் பேணித்
தென்புல வாழ்நர்க் கருங்கட னிறுக்கும்
பொன்போற் புதல்வர்ப் பெறாஅ தீரும்
எம்மம்பு கடிவிடுது தும்மாண் சேர்மினென.

என வரூஉம் புற நானூற்றுச் செய்யுளாற் காண்க.

நாகரிகத்துறைகள்

பழந் தமிழர்கள் போர்த்துரையில் மாத்திரமின்றி வேறு பல துறைகளிலும் வல்லவர்களாயிருந் தார்கள். அவர்கள் பூத பௌதிக ஆராய்ச்சியிலும், கட்டிட அமைப்பிலும், வாணிபத்திலும், வைத்தியம், சோதிடம், இசை முதலியவற்றிலும் தேர்ச்சி பெற் றவர்களாயிருந்தார்கள்.

மண்டிணிந்த நிலனும்
நிலனேந்திய விசும்பும்
விசும்பு தைவரு வளியும்
வளித்தலை இய தீயுந்
தீமுரணிய நீரும் என்றாங்
கைம்பெரும் பூதந் தியற்கை போலப்
போற்றாற் பொறுத்தலுஞ் சூழ்ச்சிய தகலமும்
வளியுந் தெறலும் அளியு முடையோய்.

எனவும்,

செஞ் ஞாயிற்றுச் செலவுமஞ் ஞாயிறுற்றுப்
பரிப்பும் பரிப்புச் சூழ்ந்தமண் டிலமும்.

எனவும் வரூஉம் புறச் செய்யுளைக் காண்க. அணுக் களால் உலகம் ஆக்கப்பட்ட உண்மையினையும், ஆகாயம் எவ்வித ஆதாரமுமின்றி இயங்குவதையும் சூரியனைச் சுற்றி மண்டிலங்கள் சுழன்று வருவதையும் அறிந்து வாழ்ந்தவர்கள் நந் தமிழ் மக்கள். அவர்கள் வழித்தோன்றிய நாம் இந்நாளில் எந்நிலையை அடைந்து இருக்கின்றோம்? பூதங்களின் தன்மை தெரியாத புல்லர்கள் என்றும், மண்டிலங்களின் இயல்பு

தெரியாத மடையர்கள் என்றும், பிறரால் எள்ளி நகையாடப் படுகிறோம். நாம் எந்நிலையிலிருந்தோம்? இப்பொழுது எந்நிலையிலிருக்கிறோம்? பெரியோர்களே! உங்கள் நிலையை உற்று நோக்குங்கள்!!

நம் முன்னோர்கள் சிற்பத் தொழிலின் பெற்றியை நான் விளங்க உரைப்பதற்கு அருகனல்லேன். நமது நாட்டு ஆலயங்களும், கோபுரங்களும்,நமது நாட்டுச் சிற்பத் தொழிலின் பெற்றியை இனிது விளங்கச் செய்யும். நமது நாட்டுப் பழைய மாளிகைகளை நூல்கள் குறிப்பிடுமிடத்து, மான்கண் போன்ற சாளரங்கள் கட்டிடங்களில் அமைக்கப்பட்டிருந்ததாகச் சொல்லுகின்றன. "மான்கண் காலதர் மாளிகை .... " என்று சிலப்பதிகாரம் ஓதுதல் காண்க. நமது நாடு ரோமாபுரி, கிரீஸ், பாபிலோன் முதலிய வெளி நாடுகளோடு வாணிபம் செய்திருக்கிறது. நமது நாட்டுத் தொழில் முறைகளை சிலப்பதிகாரம், மணிமேகலை முதலிய நூல்களில் பாக்கக் காணலாம். பல தேயப் பொருள்களைக் கப்பல்கள் தாங்கித் துறைமுகத்தில் நின்ற காட்சியை இளங்கோவடிகள்

முழங்கு கடன் ஞால முழுவதும் வரினும்
வழங்கத் தவாஅ வளத்த தாகி
யரும்பொரு டரூஉம் விருந்திற் றேஎ
மொருங்குதொக் கன்ன வுடைப்பெரும்
பண்டங் கலத்தினுங் காலினுந் தருவன ரீட்ட

என்று சிலப்பதிகாரத்தில் வருணித்திருத்தல் காண்க! நமது நாட்டு இசையின் மாண்பை ஈண்டு இயம்பவும்

வேண்டுமோ? சிலப்பதிகார அரங்கேற்று காதையைச் சிறிது உற்று நோக்குங்கள்! இசையின் மாண்பைக் காண்பீர்கள். யாழுங் குழலும் எந்நாட்டு இசைக்கருவிகள்? அவ்விசைக் கருவிகள் இப்பொ ழுது எங்கே? பாழான ஹார்மோனியமன்றோ நமது நாட்டைக் கெடுக்கிறது? வைத்தியத்தை எடுத்துக் கொள்வோம். நாடிப் பரீக்ஷை நம்முடைய நாட் டில் தான் உண்டு. நாடி பார்த்து நோயின் தன்மை உணரும் வைத்தியர்கள் இப்பொழுது வாழ்கிறார்களா? தமிழ் வைத்தியத்தைப் போற்றுகின்றேன். ஆனால் தமிழ் வைத்தியர்களை நம்பமாட்டேன். இலை மறை காய் போல் சிலர் இந்நாளும் நமது நாட்டிடை வதிகின்றார். சமீபத்தில் சென்னையில் கூடிய தமிழ் வைத்திய மகா நாட்டில் ஒருவர் ஓரரிய தமிழ் நாட்டு வித்தையை உலகுக்குப் புலப்படுத்தினார். ஒரு சிறு தொட்டியில் நீர் நிரப்பி அதன் மேலிருந்து அவர் பிராணாயாமம் செய்தார். தொட்டியிலுள்ள நீரானது காற்றை ஈர்க்கும்போது வயிற்றினுள்ளே நுழைந்து, காற்றை விடும்போது வயிற்றிலுள்ள அழுக்குகளைக் கழவிக்கொண்டு தொட்டியில் இறங்கிவிடுகிறது. இவ்வித்தை பயின்றவர்க்கு இக்கால் எனிமா வேண்டுமோ? நம்மவர்கள் நோக்காலும், பரிசத்தாலும், மூச்சாலும் அறிந்து வந்த நோய்களின் நுட்பத்தை அறிய இப்பொழுது கருவிகளின் உதவி நாடப்படுகிறது. நமது சோதிடத்தின் பெருமையும் இத்தகைத்தே. இன்னோரன்ன பலதுறைகளைக் கண்ட அறிஞர்கள் வழி வழித் தோன்றிய நம் மெதிரில் அவை யாவும் மாண்டு வருகின்றன. அவைகளைக் கண்டு நமது மனங்

குழையவில்லை. நம் முன் னோர்கள் அறிவைட்கல்வியை- அரிய துறையை- நாம் கொல்லவோ பிறந்தோம்?

பாட்டு

நந்தமிழ் மக்கள் பாக்கள் யாப்பதில் மிக வல்லுநரா யிருந்தார்கள். பண்டைத் தமிழ்ப் புலவர்கள் இயற்கையோடு வாழ்ந்து இயற்கையாய் நின்று இயற்கையையே பாக்களாகப் பொழிந்தார்கள். பழந்தமிழ்ப் பாக்களை உற்றுநோக்கும்போது எழுத்துகளா தோன்றுகின்றன? சொற்களா, தோன்றுகின்றன? இல்லை; இல்லை. காடுகள் பொலிகின்றன. மலைகள் நிற்கின்றன. ஆறுகள் ஓடுகின்றன. அலைகள் வீசுகின்றன. அன்னார் பாக்களில் ஞாயிற்றைக் காணலாம் ; திங்களைக் காணலாம்; எல்லாவற்றுக்கும் மேலான கடவுளைக் காணலாம். அத்தகைய பாவாணர் பரம்பரையில் வந்த நாம் என்ன செய்கின்றோம்? பட்டங்களில் அறிவைப் பதிய வைக்கின்றோம். உத்தியோகங்களில் உணர்வைச் செலுத்துகின்றோம். நாம் இயற்கையை மறந்தோம். பாடலை மறந்தோம். அடிமைகளாக வாழ்கின்றோம். பாட்டில்லாத நாடு பாழ் நாடன்றோ? பாட்டில் வாழ்ந்த ஆன்றோர் வழிவந்த ஆண் மக்களே! உங்கள் பாட்டு எங்கே?

சமயம்

தமிழ்ப் பெரியோர்களே! மேற்குறிப்பிட்ட துறைகள் எல்லாவற்றினும் உயர்ந்ததாய், ஆன்ம ஞானத்திற்கு வழி கோலுவதாயுள்ள சமயத் துறையிலும் நம் முன்னோர்கள்

சிறந்து விளங்கினார்கள். தமிழ்மக்கள் கண்ட சமய உண்மை யாது? பண்டைத் தமிழ் நூல்களுள் தலையாயது தொல்காப்பியம். அந் நூலில் கடவுளைக் கந்தழி என்று சொல்லப்பட்டிருக்கிறது? கந்தழி என்றாலென்ன? பலர் பலவாறு பொ ருள் கூறுப: கட்டு அற்ற ஒன்றைக் கந்தழி என்று சில அறிஞர் உரைத்துளார். தத்துவங் கடந்த தனிப் பரம் பொருளை நம் நாட்டுப் பெரியோர்கள் கந்தழி என்று வழங்கி வந்ததைப் பெரிதும் கவனித்தல் வேண்டும். தத்துவங் கடந்த பொருள் எத்தன்மையது? தத்துவங்கடந்த பொருள் முழு அன்பு வடிவாயிருத்தல் வேண்டும். என்னை? தத்துவங்களால், கட் டப்பட்ட ஒன்று அழுக்காறு, அவா, வெகுளி முதலிய தீக்குணங்களால் விழுங்கப்பெற்றதா யிருக்கும் என்க. பொறாமை முதலிய தீயகுணங்கள் அன்புள்ள இடத்தில் நிகழா. இவ்வுண்மை கண்டே நம் முன்னோர்கள் ஆண்டவனைக் கந்தழி என்று அழைத் தார்கள். அதாவது, ஆண்டவன் அன்பு வடிவினன் என்பதாம். இதனைப் பின் வந்த திருமூலர், மணிவாசகனார் முதலியோர், "அன்புஞ் சிவமும் இரண்டென் பர் அறிவிலார், அன்பே சிவமாவ தாரு மறிகிலார், அன்பே சிவமாவ தாரு மறிந்தபின், அன்பே சிவமா யமர்ந்திருப்பாரே" "ஈறிலாப்பதங்களியாவையுங்கட ந்த இன்பமே என்னுடை யன்பே" என்றும் ‘‘அன்பினில் விளைந்த வாரமுதே" யென்றும் அருளிச் செய்த திருவாக்குகளாற் காண்க. இறைவன் தத்துவ ங்கடந்து ஒளிர்தலை அருணந்தி சிவாச்சாரியார் என் னும் தமிழ் நாட்டு ஞானபாநு தமது சிவஞான சித்தி யாரில்

மொய்தரு பூதமாதி
மோகிநி யந்த மாகப்
பொய்தரு சமய மெல்லாம்
புக்குநின் றிடும்பு கன்ற
மெய்தரு சைவ மாதி
யிருமூன்றும் வித்தை யாதி
எய்துதத் துவங்களேயும்
ஒன்றுமின் றெம்மி றைக்கே

என்றருளிச் செய்திருத்தல் காண்க. தமிழ்நாட்டில் தோன்றிய சமய நூல்கள் எல்லாம் ஆண்டவனை அன்பு வடி வினன் என்று அறிவுறுத்தி யிருத்தலை இக்காலத்துத் தமிழ் மக்கள் கவனியாதிருப்பது பெரிதும் வருந்தத் தக்கதே. அன்பர்களே! உங்களுக்கு வேதம் எது? உங்களுக்குச் சாத்திரம் எது? என்று அடிக்கடி நினைக்கின்றீர்களா? நாம் நமது நாட்டு அரசியல், இசை, வைத்தியம், சோதிடம், முதலிய எல்லாத் துறைகளையும் மறந்தாலும் மறக்கலாம்; விட்டாலும் விடலாம். ஆனால் சமய ஞானத்தை மட்டும் மறத்தலாகாது. இத்துறைகளை மறக்க வேண்டு மென்று நான் கூறுவதாக நீங்கள் தவறாக எண்ணல் வேண் டாம். எல்லாவற்றிலும் சிறந்தது சமயம் என்னும் உண்மையை வலியுறுத்தவே. இவ்வாறு கூறினேன். நமது வாழ்வு சமயத்தை அடிப்படையாகக் கொண்டது. நாம் உலகிற் பிறந்ததும் வளர்ந்து வருவதும் கல்வி பயில்வதும் தொழில் புரிவதும் பொருளீட்டு வதும் மனைவி மணப்பதும் பிள்ளை பெறுவதும் ஏற்றுக்கு? சமய ஞானத்தைப் பெற அன்றோ? சமய ஞானம் பெறுவதே நமது வாழ்வின் நோக்கம். வாழ்வு

சமயத்தோடு பின்னிக் கொண்டிருக்கிறது. ஆகவே சமயத்தை உயிரினும் பெரிதாக ஓம்பல் வே ண்டு மன்றோ? இந்நாளில் நமது சமய வாழ்வு எக்கேடு கெட்டிருக்கின்றது? பரிதாபம்! பரிதாபம்!!.

தமிழ் வேதம்

நமக்குத் தமிழ் வேதங்களாகத் தேவார திரு வாசகங்கள் இலங்குகின்றன! நாலாயிரப் பிரபந்தம் விளங்குகிறது. இவ்வேதங்கள் கூறாத உண்மைகளும் உண்டோ? இவ்வேதங்களைப் படிப்பவர் தொகை அருகி வருவதைக் காண என்னுள்ளம் துடிக்கின் றது. தற்கால நாகரிகம் பாவியுள்ள சில நகரங்களில் யான் சென்றிருந்தபோது சில வேளைகளில் திருவாசகத்துக்காக நான் அலைந்ததும் உண்டு. பலரைக் கேட்டதும் உண்டு. என்னருமைத் திருவாசகத்தைப் பெறாது வருந்தியதும் உண்டு. சில தமிழர் வீடுகளில் ஷேக்ஸ்பியரைக் கண்ட துண்டு. மணிவாசகரைக் கண்டேனில்லை. என்ன காலம்? என்ன கொடுமை? தமிழ் நாட்டுக்கு இத்தகைய இடுக்கண் விளைந் திருக்கிறதே! இந்நிலையை நீங்கள் ஆராய்கின்றீர்களா? சிந்திக்கின்றீர்களா? சிந்தித்துச் சிந்தித்து உருகி இந்நிலையை ஒழிக்க முயற்சி செய்கிறீர்களா? தமிழ் நாட்டில் திருவாசகமில்லாத வீடுகள் இருக்கலாமோ? இந்நாளில் ஆங்கிலம் பயின்ற பலர், தேவாரத்தில் என்ன இருக்கிறது? திருவாசகத்தில் என்ன இருக்கிறது? நாலாயிரப் பிரபந்தத்தில் என்ன இருக்கி றது?" என்று கேட்கின்றனர். அன்னார் அறிவுக்கு இரங்குவதா? அறியாமைக்கு இரங்குவதா? தேவா ரத்தில் என்ன இல்லை?

திருவாசகத்தில் என்ன இல்லை? நாலாயிரப்பிரபந்தத்தில் என்ன இல்லை? இங் கே திருநாவுக்கரசு சுவாமிகள் திருவாக்கு ஒன்றை நினைவு ஊட்டுகிறேன். திருநாவுக்கரசர் தில்லையம் பதியை நண்ணியபோது ஆங்கே தில்லைக் கூத்தன், " எங்கு வந்தாய்?" என்று கேட்குமா போல் காட்டும் திருக்கரக் குறிப்பையுணர்ந்து, "அனைத்து நிந் நிலையங்காண்பான் அடியனேன் வந்தவாறே" என்று செவ்வனிறை இறுத்தாற் போல அருளிச்செய்த திருவாக்கை யோர்க. இத்திருவாக்கான் அறியக் கிடப் பது என்னை? மனிதன் தன் வாழ்வில் ஆண்டவன் யாண் உறைவதைக் கண்டு இன்புறுவ தன்றோ?

அப்பெருநிலையை அப்ப ரெம்பெருமானார் நாடியில் நமக்கு அறிவுறுத்தி யுள்ளார்.

ஒன்று நீயல்லை அன்றி ஒன்றில்லை
யாருன்னை அறியகிற்பாரே

என்று மணிவாசகனார் ஓரடியில் அரிய உபநிடதக் கருத்தை எவரும் எளிதில் உணருமாறு ஓதி யிருத்தலை உற்று நோக்குவோர்க்குத் தமிழ் வேதங்களின் மாண்பு இனிது புலனாகும். தமிழ் வேதங்களை முற் றும் ஒருவன் ஆராயின் அவன் அறிவு விளங்கப்பெ ற்றுத் தன்னிடத்தும் மற்றப் பொருளிடத்தும் அன்பு வடிவாய் எழுந்தருளியுள்ள ஆண்டவ னிருப்பை உணர்ந்து சமய ஞானியாய்த் திகழ்வன். தமிழ் நாட்டில் பிறந்த மக்கட்குச் சமய ஞானத்தை அறிவு றுத்துங் கருவி சிறந்த தமிழ் வேதமே யாம். அத்தமிழ் வேதத்தை ஓதாது ஞானநெறிநாடி வேறு நூல்களை ஓத முயல்வது கரும்பை விடுத்து இரும்பை மெல்வதை ஒக்கும்.

தமிழர்களே! உங்களுக்கென உங்கள் முன்னோர்கள் வேதங்களை அருளிச்செய்தார்கள். அவ்வேதங்களில் அரிய பொரு ளுண்மைகளும் மிளிர்கின்றன. அவ்வரிய வேதம் தமிழ்நாட் டில் அந்நிய வேதம் போல் இப்பொழுது பாவிக்கப் படுகின்றது. தமிழர்களே! நீங்கள் வேதத்தையே மறந்து வாழ்கிறீர்கள். அதனால் உங்களுக்குப் பல இன்னல்கள் விளைந்து கொண்டிருக்கின்றன. அன்பர்களே! தமிழ்நாடு எங்கள் நாடு' என்று இறுமாந்து எழுந்து அத்தமிழ் நாட்டு வேதங்கள் எங்களுடை யன' என்று கிளம்பி அவ்வேத நுண்பொருள்களை நீங்கள் உணர்வதோடு நில்லாமல் மற்றவர்களும் அவைகளை எளிதில் உணருமாறு நீங்கள் முயற்சி செய்யலாகாதா? தமிழ் மொழியில் வேதங்கள் இருந்தும் அவை தமிழ் மக்களுக்குப் பயன்படாதிருப்பது கவலை யீனமோ? என்னவோ? அறிகிலேன்.

சமய போதனை

தமிழ்நாட்டிற் பிறந்த மக்கள், "கண்டதே காட்சி கொண்டதே கோலம்" என்று உலகில் உலகாயத வாழ்வை நடத்தினார்களில்லை. அவர்கள் தத்துவங்களை ஆராய்ந்து அவைகளின் தோற்ற நிலை யிறுதிகளைக் கண்டு, அவைகளைப் பொய்யென்று தள்ளி, தோற்ற நிலை யிறுதி யென்னும் விகாரமெய்தாத சித்பொருளுண்மை கண்டு அதன் இயல்களை உலகத்தார்க்கு அறிவுறுத்தினார்கள். தமிழ் நாட்டின் கலைகளின் பயனாயிருப்பது சமயவாழ் வொன்றே யாம். நம் முன்னோர்கள் தாங்கள் கண்ட உண்மையைப் பின்வருவோரும் கண்டு இன்புறல் வேண்டுமென்ற

பெருங்கருணையானே தங்கள் அனுபவங்களைப் பாடல்களாகப் பாடி வைத்தார்கள். ஒருவன் தான் காணும் உண்மையை மற்றையோர்க்கும் உணர்த்தல் வேண்டும். இல்லை யேல் அவன் கண்ட உண்மையின் பயனை இழந்தவனாவான். "யான் பெற்ற இன்பம் பெறுக இவ்வையகம்" என்று திருமூலரும் திருவாய் மலர்ந்தருளி யிருக்கின்றார்.

நம் சைவாச்சாரியர்களும் வைணவாச்சாரியர்களும் தாங்கள் பெற்ற இன்பத்தை நாமும் பெற வேண்டித் தேவார, திருவாசக, நாலாயிரப் பிரபந்தங்களாக வெளியிட்டனர். அவ்வேதங்களை ஓதும் நாம் நம்மளவில் நிறைவு கொண்டு மற்றையோர்க்கு வேத உண்மை கூற முற்படாதது வன்கண்மையே யாம். நீண்ட தூரத்திலுள்ள மேல் நாட்டுப் பாதிரிமார்கள் நம் நாட்டிடைப் புகுந்து இரவு பகல் ஓயாது உழைத்துத் தங்கள் மதத்தைப் பாப்புகிறார்கள். தங்கள் மதத்தின் பொருட்டுக் கோடிக்கணக்கான பொருளைச் செலவு செய்து பாடசாலைகளையும் வைத்தியசாலைகளையும் வேறு பல தொழிற்சாலைகளையும் அமைக் கிறார்கள். இவ்வளவு உழைப்பையும் அவர்கள் மேற் கொள்ளுவதற்குக் காரணம் யாது? தங்கள் மதத்தைப் பரப்பவேண்டும் என்ற ஒரு நோக்கமேயாம், அவர்கள் தாங்கள் பெற்ற இன்பத்தை மற்றவர்களும் பெற வலிந்து தொண்டு செய்கிறார்கள். நாமோ சாத்திரங்களை மூடி மூடி வைக்கின்றோம். இன்னார் சாத்திரம் படித்தல் வேண்டுமென்றும், இன்னார் படித்தலாகாதென்றும் இடைக் காலத்தில் தோன்றிய சில செல்வாக்குள்ள வகுப்பார் வெறுக்கத்தக்க கட்டுப்பாடுகளை ஏற்படுத்தினார்கள். இக்

கட்டுப்பாட்டால் நமது சமய நூலாராய்ச்சி குன்றிப் போய்விட்டார். அதனால் நமது வாழ்வு குலைந்தது. வாழ்வுக் குலைவால் நமது கல்வித் துறைகளும் தொழின் முறைகளும் அருகி விட்டன. நம்மவர்களே நம்முடைய சமய நூல்களைக் குறை கூறத் தொடங்கி விட்டார் கள் சிலர் புறச் சமயம் புகுகின்றனர்.

சென்னையில் பங்கஜம் என்ற ஒரு ஹிந்துப்பெண் கிறிஸ்துவமதம் புகுந்து திரும்பினதைப் பற்றிப் பத்திரிகைகள் கூக்குரலிட்டன. அவைகளை வாசித்தோ ரும் ஆரவாரஞ் செய்தனர். பத்திரிகைக் கூக்குரலும் மற்றையோர் ஆரவாரமும் என்ன செய்தன? நம் பெண்மக்கள் கிறிஸ்துவப் பாடசாலைகளுக்குப் போ காமல் நின்று விட்டார்களோ? ஜனானா மிஷன் வேலை குறைந்து விட்டதோ? நம்பெண்மக்கள் கிறிஸ்துவ மதம் புகுதலை நிறுத்தி விட்டார்களோ? இல்லையே! ஒரு பங்கஜத்துக்காக ஓலமிட்ட பத்திரிக்கைகள் ஒன்பதாயிரம் பங்கஜங்கள் ஹிந்து மதத்தின் உண்மை தெரியாது கிறிஸ்துவ மதம் புகுந்து வருவதை உணரவில்லை போலும்! நம்மவர்கள் புறமதம் புகுதலைக் கண்டு பொறாமை யுற்றுக் கூக்குரலிடுவதால் விளையும் பயன் என்னை? நாம் ஆற்றவேண்டிய கடனை ஒழுங்காக ஆற்றின் நம்மவர்கள் புறமதம் புகுவது நின்று போகும். நம்மவர்கள் கவலை யீனத் தாலும், சமய போதனைக் குறைவாலும், தாராள சிந்தை யின்மையாலும் நம் சகோதரர்கள் புறச்சமயம் புகுகிறார்கள். நான் கிறிஸ்துவப் பாதிரிமார்களைக் குறை கூறமாட்டேன். நம்மவர்கள் மீதே பழி சுமத்துவேன்.

கிறிஸ்துவப் பாதிரிமார்கள் தங்கள் மத உண்மைகளைப் பரப்பத் தொண்டு செய்வதுபோல நாம் ஏன் செய்தலாகாது? அதற்கு வரி உண்டா? வழக்கு உண்டா? அத்தொண்டுகளைச் செய்ய நம்பாற் பொருளில்லையோ? பொரு ளுண்டு; ஆனால் சமயப்பற்று இல்லை. சமயப்பற்று என்பது ஆலயங்களுக்குப் போ தல், அநுஷ்டானஞ்செய்தல் மாத்திரமல்ல. அவைகளோடு ஞான நூல்களைப் பயிலல் வேண்டும். அந் நூல்களைப் பயின்று ஞான உண்மையை ஜாதி மத பேதம் பாராட்டாது அனைவர்க்கும் அறிவுறுத்தக் கட மைப்படல் வேண்டும்.

சங்கங்கள்

பாடசாலைகள் வாயிலானும், வைத்தியசாலைகள் வாயிலானும், வேறு பல அறச்சாலைகள் வாயிலானும் சமய உண்மைகளைப் பரப்பலாம். நம்மவர்கட்கு இன்னும் படமாடுங் கோயில்கள்மீது பற்று நிகழ்கிறத்தன்றி நடமாடுங் கோயில்கள்மீது பற்று நிகழ்வதில்லை. இக்காரணத்தால் நஞ் சமய உண்மை பரவாது கிடக்கின்றது. சமய உண்மைகளைப் பரப்ப நாம் பல முறைகள் கோலிக்கொள்ளல் வேண்டும். அம்முறைகள் பல. எல்லாவற்றையும் இன்று விரித்துக் கூற இயலாது. எல்லாவற்றிற்கும் ஆதாரமாயிரு பது பலர் கூடும் சங்கம். சங்க வாயிலாகச் சமயத் தொண்டுகள் பல செய்யலாம். ஒருவர் இருவர் சேர்ந்து உழைப்பதினும் பலர் சேர்ந்து உழைக்கும் உழைப்பால் பயன் விளையும். ஆதலால் சங்கங்களைக் காண்பதில் கண்ணுங்கருத்துமா யிருத்தல் வேண்டும். பாதிரிமார்கள் சங்கங்களின் வாயிலாகத் தங்கள்

மதவுண்மையைப் பரப்பிக் கொண்டுள்ள முறைகளில் சிலவற்றை நாமுங்கொள்ளலாம். காலநிலை நோக்கிப் போதனாமுறைகளையும், அநுஷ்டான முறைகளையும், வேறு பல முறைகளையும் மாற்றிக்கொள்வது பாவ மாகாது.

ஹிந்து மதாபிமான சங்கம்

இன்று ஹிந்து மதாபிமான சங்கத்தின் ஆறாம் ஆண்டு விழாக்கூட்டம் இங்கு குழுமியிருக்கிறது. இச்சங்கம் ஆறாண்டுகளாகச் செய்துவரும் வேலைகளை நான் ஒருவாறு அறிவேன். இச்சங்கத்தின் ஆண்டு விழா சில ஆண்டுகளில் இரண்டுநாள் நடைபெற்றது; சில ஆண்டுகளில் ஒருநாள் நடைபெற்றது; இம்முறை அரைநாள் நடைபெறுகிறது. இதற்குக் காரண மென்னை? ஊக்கக்குறைவென்றே நான் ஊகிக்கிறேன். இந்நாட்டிற்கு இச்சங்கத்தைத் தலைச்சங்கமாகக் கொண்டு பல அருந்தொண்டுகள் செய்யலாம். ஒவ்வோ ராண்டும் காரைக்குடியில் ஆண்டுவிழா நிகழ்த்துவதைக் காட்டிலும் பல வேறிடங்களில் அவ்விழாவை நிகழ்த்துவதால் எவ்வளவு எழுச்சி யுண்டாகு மென் பதை நான் உங்கட்கு விளங்கவுரைக்க வேண்டுவதில்லை. அடுத்த ஆண்டு தேவகோட்டையில் ஏன் ஏழாம் ஆண்டுவிழாவை நடத்துதல் கூடாது? மூன்று நாள் பெரிய மகாநாடு கூட்டலாமே! தக்க ஒருவரை அக்கிராசனராக அமர்த்திப் பரந்த ஞானமுடைய புலவர்களைக் கொண்டு அரிய உபந்யாசங்கள் செய்விக்கலாம். ஆலயங்களிலும் சில அநுஷ்டான முறைகளிலும் அவசியம் செய்யப்படவேண்டிய சில மாறுதல்களைத் தீர்மான வடிவமாக நிறைவேற்றிச் சமய

உண்மை பரவலுக்குப் பாடுபடலாம். வெறும் உபந் யாசங்கள் மாத்திரம் செய்வதால் என்ன பயன் விளைந்துவிடும்? ஆதலால், பெரியோர்களே! இந்நாட்டிற்கு இச்சங்கத்தை அல்லது வேறு சங்கத்தைத் தலையானதாகக் கொண்டு அதன் வாயிலாக இந்நாட்டிலும் வேறு நாடுகளிலும் நந் தமிழ்மக்கள் சமயத்தை வளர்த்து வரலாம்.

இறுவாய்

ன்னும் பல உபந்யாசங்கள் நடைபெறவேண் டியிருத்தலால் என் பேச்சைப் பெருக்கிக்கொண்டு போக விருப்பமில்லை. அன்பர்களே! உங்களை நான் வணங்கிக் கேட்டுக் கொள்ளுகிறேன். உங்கள் நாட்டின் தொன்மையைக் கவனியுங்கள்; உங்கள் மொழியின் பழமையைக் கருதுங்கள்; உங்கள் இலக்கிய இலக்கணங்களை உற்று நோக்குங்கள்; உங்கள் காவியங்களை ஆராயுங்கள்; உங்கள் முன்னோர்கள் இசைப் புலமையையும் வைத்திய முறையையும் பிற துறைகளின் பெற்றியையும் சிந்தியுங்கள்; உங்கள் முன்னோர்கள் கண்ட சமய உண்மைகளை ஒருங்கள்; உங்கள் முன்னோர்கள் அறிவு நிலை யென்ன? அன்பு நிலை யெ ன்ன? அருள் நிலை யென்ன? இப்பொழுது உங்கள் நிலை யென்ன? எல்லாத் துறைகளிலும் உயரிய நிலை பெற்றிருந்த நாம் இப்போது மிக்க இழிநிலையை யெய்தியிருக்கிறோம். அவ்விழிவைப் போக்க வேண்டியவர் யாவர்? மற்றவரோ? நாமே அதற்குக் கடமைப் படல் வேண்டும். இந்நாட்டில் செல்வப் பெருக்கிற்கு ஓரளவில்லை. செல்வத்திற் சிறந்த நீங்களே தமிழ் நாட்டை வளர்க்க முற்படல் வேண்டும்.

இந்நாட்டி னின்றும் தமிழ் நாட்டின் வளர்ச்சிக்கு உரிய எழுச்சி தோன்றின் அவ்வெழுச்சி யாண்டும் கிளம்பு மென்பதில் ஐயமில்லை. ஆதலால் தமிழ் நாட்டின் நலத்திற்கு உழைக்கவாருங்கள்! ஒன்று சேருங்கள்! ஹிந்து மதாபிமான சங்கத்தை வளர்க்க வாருங்கள்! உங்கள் உயிர் சமயம். உங்கள் வாழ்வு சமயம். எல்லாம் சமயம். சமய ஞானத்தில் பிறந்து, சமய ஞானத்தில் வளர்ந்து, சமய ஞானத்தில் வாழ்ந்துவரும் அறிஞர் களே! அன்பர்களே! உங்களுக்குச் சிறியேன் உப தேசஞ் செய்ய வேண்டுவதில்லை. உங்கட்கு எல்லார்க்கும் தெரியும். உடனே சமய வளர்ச்சிக்கு உழைக்க தயாராகுங்கள்!

முற்றும்.

★★★

www.ingramcontent.com/pod-product-compliance
Lightning Source LLC
LaVergne TN
LVHW050751061126
851857LV00013B/1106
* 9 7 8 8 1 6 8 9 6 6 1 3 0 *